ചങ്ങാതിക്കിളി

changathikkili
•
shankaran korom
•
first edition
june 2012
•
typesetting
megha
•
published
chintha publishers, thiruvananthapuram
•

•
cover & illustration
sudheer p y

വിതരണം

ദേശാഭിമാനി ബുക്ക് ഹൗസ്

H O തിരുവനന്തപുരം-695 035
www.chinthapublishers.com
chinthapublishers@gmail.com

ബ്രാഞ്ചുകൾ

ഹെഡ്ഡാഫീസ് കുന്നുകുഴി • ഓവർബ്രിഡ്ജ് തിരുവനന്തപുരം • കെ എസ് ആർ ടി സി ബസ് സ്റ്റേഷൻ ആലപ്പുഴ • കെ എസ് ആർ ടി സി ബസ് സ്റ്റേഷൻ എറണാകുളം • മച്ചിങ്ങൽ ലെയ്ൻ തൃശൂർ • ഐ ജി റോഡ് കോഴിക്കോട് • കെ എസ് ആർ ടി സി ബസ് സ്റ്റേഷൻ കോഴിക്കോട് • എൻ ജി ഒ യൂണിയൻ ബിൽഡിങ് കണ്ണൂർ • സെൻട്രൽ ബസ് ടെർമിനൽ കോംപ്ലക്സ് താവക്കര കണ്ണൂർ

CO - 1755 / 2932

ചങ്ങാതിക്കിളി

ശങ്കരൻ കോറോം

ചിന്ത പബ്ലിഷേഴ്സ്
തിരുവനന്തപുരം-695 035

ശങ്കരൻ കോറോം

പയ്യന്നൂരിനടുത്ത് കോറോം ഗ്രാമത്തിൽ ജനനം. ആനുകാലികങ്ങളിൽ കവിതകൾ എഴുതുന്നു. *ഉഷസ്സ്, കുഞ്ഞിക്കാറ്റേ കുളിർക്കാറ്റേ, കിളിയും കതിർമത്തിയും* (ബാലകവിതകൾ) *ഇത്തിരിയൊത്തിരി* (നുറുങ്ങുകവിതകൾ) *ഒരു താക്കോലിന്റെ ആവശ്യം* (നുറുങ്ങുകഥകൾ) എന്നിവയാണ് കൃതികൾ. ആയിരത്തിലധികം വരുന്ന മലയാള പത്രമാസികകളുടെ ഒരു ശേഖരണമുണ്ട്. പയ്യന്നൂരിലെ ഒരു സ്വകാര്യ സ്ഥാപനത്തിൽ സെയിൽസ്മാൻ. വിവാഹിതൻ, രണ്ടുകുട്ടികൾ.

വിലാസം : ചാലക്കോട് പി ഒ
പയ്യന്നൂർ 670307

ഫോൺ : 04985 204677, 04985 202353

ഉള്ളടക്കം

അമ്പിളിമാമൻ

മാനത്തൊരമ്പിളിമാമനുണ്ട്
താഴേക്ക് നോക്കിച്ചിരിക്കയാണ്
പൂക്കൾ വിതറിക്കളിക്കയാണ്
കൂടെക്കളിക്കാൻ വിളിക്കയാണ്!

കടൽ

അലറി വിളിക്കും
കടലേ നിന്നുടെ
തീരാക്കോപം ആരോട്?
തുരുതുരെ തിരയാൽ
രോഷം പകരും
നിന്നെ കാണാൻ ഭയമാണേ!
മുത്തുകൾ പവിഴം
വിളയും നിന്നുടെ
മാനസമെന്തേ കല്ലാവാൻ?

ചങ്ങാതിക്കിളി

വീടിനു തെക്കൊരു തോടുണ്ട്
ചെമ്പകമരമൊന്നു ചാരെയുണ്ട്

മരമതിൽ മേലെയായ് കൂടുമുണ്ട്
കൂട്ടിൽ കിളിയും മകളുമുണ്ട്

കിളിമകളെന്നുടെ ചങ്ങാതി
ഇമ്പമായ് പാടുന്ന പാട്ടുകാരി

നക്ഷത്രങ്ങൾ

ആകാശ ദേശത്തായിരം നക്ഷത്രം
ഒന്നിച്ചുനിന്നു ചിരിക്കുന്നു.
അമ്പിളിമാമനിതെന്തുചൊല്ലി
ഇങ്ങനെ നിന്നു ചിരിച്ചിടാൻ

ആന

കാനന നടുവിൽ
കാണും ചോലയിൽ
കരികരിപോലൊരു
കരി വീരൻ

വെള്ളം തേവി കളിയാണ്
വെള്ളം തേവി കുളിയാണ്!

മുത്തച്ഛൻ

ഭംഗിയായി വെള്ളിക്കുടുമകെട്ടി
വേഷ്ടിയെടുത്ത് നേരെയിട്ടു

കണ്ണടക്കൂടു തുറന്നു പിന്നെ
കണ്ണട ചെവിയേൽ ചേർത്തുവെച്ചു.

വെള്ളിയിൽ താൻ തീർത്ത
വെറ്റിലചെറുചെല്ലം
കൈയിലെടുത്തു, വടിയെടുത്തു.

മുന്നിലായ് നിൽക്കുന്ന മുത്തച്ഛൻ
പുഞ്ചിരി തൂകുന്നു മുത്തച്ഛൻ!

മുല്ല

പാരിജാതത്തിൻ കീഴിലായി-
കുഞ്ഞുങ്ങളെന്നും കളിച്ചിരുന്നു.

കളികഴിഞ്ഞന്നവരാമരത്തിൻ-
കീഴിലായ് നല്ലൊരുമുല്ലനട്ടു

മുല്ല വളർന്നു പടർന്നുകേറി-
മുറ്റത്ത് കുളിരും തണലുമായി

മുല്ലചിരിതൂകി കൂട്ടുകൂടി
വള്ളി നിറയെ പൂത്തുനിന്നു

കുഞ്ഞുങ്ങൾ നോവാതെ പൂപെറുക്കി-
നിത്യവും മാലകൾ കോർത്തുകെട്ടി.

മിന്നാമിന്നി

മിന്നിത്തെന്നി പാറിനടക്കും
മിന്നാമിന്നി പടയാളികളെ
ഇടവഴിയൊന്നും ഒഴിയാതെ
തന്മിഴിയൊട്ടും ചിമ്മാതെ
ആരെത്തേടി നടക്കുന്നു,
നിത്യം ചുറ്റിത്തിരിയുന്നു?

നേരം പോക്കിൻ കളിയാണോ
നേരായുള്ളൊരു കഥയാണോ
നാടിൻ രക്ഷയുറപ്പിക്കാൻ
പൊരുതും പടയാളികളെപ്പോൽ
വിശ്രമമില്ലാതെന്നും രാവിൽ
കാവലിനെത്തും മിന്നാമിന്നി!

പൂന്തോപ്പ്

പൂന്തോപ്പിലിത്തിരി-
നേരമിരിക്കാം,
മനസു കുളിരുന്ന-
നൽക്കാഴ്ച കാണാം

ദൂരത്ത് നിന്നതാ-
പൂമ്പാറ്റയെത്തുന്നു,
മധുരമൊഴിയുമായി
ചെറുകിളിയുമെത്തുന്നു.

പൂവെ തലോടാൻ-
കാറ്റുവന്നെത്തുന്നു.

വണ്ടുകൾ ചുറ്റിലും-
പാറിക്കളിക്കുന്നു.

പച്ചയിൽ വർണമായി-
പൂക്കൾ ചിരിക്കുന്നു,
സുഗന്ധ രേണുക്കൾ-
മധുരമഴ പെയ്യുന്നു.

വീടിനു മുന്നിലൊരു-
പൂന്തോപ്പ് തീർക്കാം.
പൂന്തോപ്പിലിത്തിരി-
എന്നുമിരിക്കാം!

മേഘത്തോട്

ആകാശമാകെയും
പാറിക്കളിക്കുന്ന
വെള്ളിമേഘച്ചെറുകൂട്ടുകാരെ

കണ്ടുംകളിച്ചും നാടുചുറ്റും
വെള്ളിമേഘച്ചെറുകൂട്ടുകാരെ

കാത്തിരിക്കുവാനമ്മയില്ലേ-
വെയിലിൻ ദാഹത്തളർച്ചയില്ലേ
ഉച്ചനേരത്തൂണുവേണ്ടതില്ലേ
പാഠം പഠിക്കുവാനൊന്നുമില്ലേ.

വരിവരിയായ്

വരിവരിയായി
മുന്നേറും
ഏതൊരു മലയും
കയറീടും
കിട്ടിയതിത്തിരി
യെന്നാലും
എല്ലാവർക്കു
മൊരുപോലെ

വണ്ട്

പാഠം പഠിച്ചില്ലേ, കൂട്ടുകാരാ
വിദ്യാലയത്തിൽ പോയതില്ലേ?
നിർത്താതെ കരയുന്നതെന്തിനു നീ
വല്ലാതെ തല്ലിയോ അമ്മ നിന്നെ?

അന്വേഷണം

മച്ചകത്തലമാരി തന്നിലായി
മെച്ചമായ് മുത്തശ്ശി കെട്ടിവെച്ച
കൊച്ചു ഭരണിയിലെന്താണ്?

ഉള്ളിൽ ചിരിക്കാതെ മുത്തശ്ശി
എന്നെയൊളിക്കാതെ മുത്തശ്ശി
ചക്കവരട്ടിയൊരുക്കി വെച്ച
കൊച്ചു ഭരണികൾ കണ്ടു ഞാനും!

ഈച്ചയും പൂച്ചയും

സ്വപ്നത്തിലീച്ച-
യൊരു പൂച്ചയായി മാറി

ഈച്ചയ്ക്ക് പിന്നെ കാലുവന്നു
നല്ലൊരു നീളൻ മീശ വന്നു,
നീണ്ടുകറുത്ത വാലു വന്നു

മീശ വിറപ്പിച്ചു
നിൽക്കുമീപ്പൂച്ചതൻ
മീശയ്ക്കു മേലൊരു ഈച്ച വന്നു!

ദേഷ്യം ജ്വലിച്ചവൻ
വീണുരുണ്ടു
ഈച്ചയായി പിന്നെ ഉണർന്നെണീറ്റു.

കൊതി

ഉച്ചയ്ക്കൂണിന്
നിർബന്ധം
അച്ഛന് കണ്ണിക്കടുമാങ്ങ

ഉണ്ണിക്കുള്ളിൽ
കൊതിയായി
കാണാതിത്തിരി രുചി നോക്കി

എരുവായ്യയ്യോ
നിന്നു വിറച്ചു
കടൽപോലൊഴുകി കണ്ണീര്!

കൊഞ്ചിക്കുഴയാം

പച്ചപ്പുല്ലിൽ
നടന്നിടാം
കൊച്ചുകുശുമ്പുകൾ
കാട്ടീടാം

കൊഞ്ചിക്കുഴയാം
പൂക്കളുമായി
കിന്നാരം
ചെറുശലഭവുമായ്.

ആറ്റിലിറങ്ങി
കളിക്കരുതേ
കല്ലേറിയല്ലേ
ചെറുകിളിയെ

ആടിപ്പാടി
നടന്നീടാം
അരയാൽ തറയി-
ലിരുന്നീടാം!

പൂച്ചക്കൊരു മണി

പൂച്ചയ്ക്ക് കെട്ടുവാൻ–
മണിയൊന്നു വേണം,
എലിയോഗമൊന്നായ് കയ്യടിച്ചു

മണിവാങ്ങുവാനായി–
ലോണൊന്നു വേണം,
ബാങ്കിൽ പോകാനും കയ്യടിച്ചു

ലോണിന–
പേക്ഷ കൊടുക്കണം വേഗം,
നേതാക്കളൊന്നിച്ച് ബാങ്കിലെത്തി

മാനേജരായൊരു–
തടിയൻപൂച്ച,
മീശ പിരിച്ചു ചിരിക്കുന്നു

നേതാക്കളാകെ–
വിറച്ചുപോയി.
വഴിതെറ്റി പലവഴി പാഞ്ഞൊളിച്ചു!

പൂങ്കാറ്റ്

കുളിരാണ് തണലാണ്,
സായാഹ്നമായാൽ–
കൂട്ടമായെത്തും നൽപ്പൂമ്പാറ്റകൾ

പൂത്തുമ്പിയെത്തും,
അണ്ണാനുമെത്തും–
ഒത്തിരി പക്ഷികൾ പാടിയെത്തും.

പൂമണം കൊണ്ടേ
ചെറുകാറ്റു പോവൂ–
പകരമായി നാട്ടുവിശേഷമുണ്ട്.

ശുണ്ഠി

ഉണ്ണിക്കു ശുണ്ഠി
കലശലായോ?

വീർത്തിരിക്കുന്ന
കവിളുകണ്ടോ?

അമ്പടാ, കണ്ണിൽ
കുസൃതിയുണ്ടേ

വായിൽ നിറച്ചു
നെയ്യപ്പമല്ലേ?

കഥപറയും മാമൻ

അമ്മാവനിറയത്ത് വന്നിരുന്നു.
കുഞ്ഞുങ്ങൾ ചുറ്റിലും കൂടിനിന്നു.
കണ്ണടമെല്ലെ തുടച്ചു പിന്നെ
കള്ളയുറക്കം നടിച്ചു മാമൻ.

നാട്യങ്ങളറിയുന്ന കുഞ്ഞുകിടാങ്ങൾ
ചുറ്റിലും കൂർക്കംവലി തുടങ്ങി
പുഞ്ചിരിയോടെ കൺതുറന്നു
അമ്മാവനോതി – 'തോറ്റു ഞാൻ മക്കളേ!'

കഥയായ കഥയെല്ലാം തീർന്നുപോയി
പാടാത്ത കവിതയും ബാക്കിയില്ല
എന്തു ഞാനോതുമെൻ മക്കളെ
ഇന്ന് ഞാൻ കേൾക്കട്ടെ നിങ്ങളുടെ പാട്ടുകൾ.

കുഞ്ഞുങ്ങളുച്ചത്തിലൊന്നിച്ചുപാടി,
ചുറ്റിലും നിന്നവർ നൃത്തമാടി.

പണ്ടൊരുമാമൻ കഥയമ്മാവൻ
തീരാക്കഥയുടെ ചെപ്പിന്നുടയോൻ

പണ്ടൊരുമാമൻ കവിയമ്മാവൻ
മനസുനിറയെ കവിത നിറച്ചോൻ.

ഞങ്ങടെ മാമൻ നല്ലൊരു മാമൻ
കള്ളയുറക്കം നടിക്കും മാമൻ
ഞങ്ങടെ മാമൻ നല്ലൊരു മാമൻ
പുഞ്ചിരി തൂകിയിരിക്കും മാമൻ.

കുഞ്ഞുങ്ങളുച്ചത്തിലൊന്നിച്ചു പാടി
ചുറ്റിലും നിന്നവർ നൃത്തമാടി.

കുട

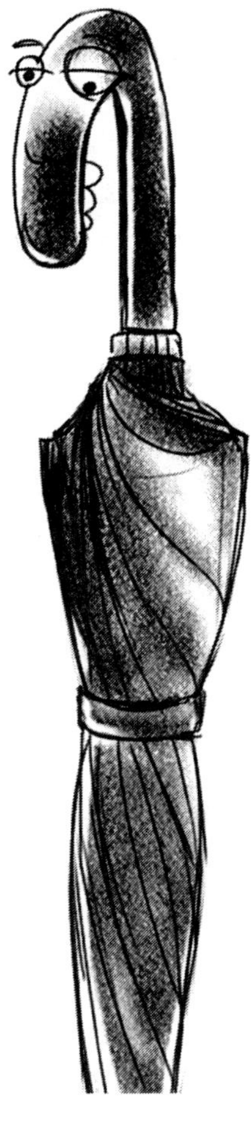

കാലൊന്നേയുള്ളൂ
എങ്കിലുമെന്തേ–
നാട്ടിൽ മുഴുക്കേ സഞ്ചാരം

വെയിലെന്നുമില്ല,
മഴയെന്നുമില്ല
യാത്ര ചെയ്യാനുത്സാഹം

വിശ്രമമാണേ,
എന്നാലുമെന്നും
താങ്ങുവടിയായൊപ്പമുണ്ട്!

നന്മകൾ

പൂവുപോൽ വിടരണം നന്മകൾ
സൗരഭമെങ്ങും പടരണം
പീലിപോൽ ചേർന്ന് നിൽക്കണം
കരൾകവർന്നാടണം പാടണം!

ഇലയും മണലും

പടർന്നൊരാലിൻ–
ഇലയും കൊമ്പും–
എണ്ണം തെറ്റാതോതാമോ?

കുഞ്ഞിക്കൈയാൽ–
വാരിയെടുക്കും.
വെൺമണലൊപ്പം ഇലയുണ്ട്!

നുണയാണെന്നാലെണ്ണിക്കോ–
ഇലയും മണലും എണ്ണിക്കോ–
സംശയമെല്ലാം ഒഴിയട്ടെ!

സ്ഥാനം

ചോദ്യങ്ങൾ-
തെല്ലും കൂസിടാതെ,
അറിയുന്നതോതണം കൂട്ടുകാരെ.

മിണ്ടാതിരിക്കുവോർ-
ക്കെന്നുമിരിപ്പിടം
പിന്നിലാണോർക്കുക കൂട്ടുകാരെ!

മാവേലിയെത്തുന്നു!

ചിങ്ങം പുലരുന്നു,
പൊന്നോണമെത്തുന്നു,
എങ്ങെങ്ങുമാഹ്ലാദപ്പൊൻ തുടിപ്പ്.

കൂട്ടുകാരെത്തുന്നു,
പൂക്കൂട തുന്നുന്നു.
പൂമ്പാറ്റകളായി പാറിടുന്നു.

ചാണകം മെഴുകുന്നു.
കോലം വരയ്ക്കുന്നു.
പൂക്കളം തീർക്കുന്നു, പൊന്നുമക്കൾ

മാമല നാടിന്റെ–
ഉള്ളം തെളിയുന്നു
കൊട്ടും കുരവയും ഉയർന്നിടുന്നു.

ഊഞ്ഞാലുകെട്ടുന്നു,
ഉച്ചത്തിൽ പാടുന്നു,
ഉച്ചമയക്കമൊഴിഞ്ഞിടുന്നു.

കോടിയുടുക്കുന്നു,

കുഞ്ഞുങ്ങൾക്കുത്സവം
മാവേലി നാട്ടിൽ പൊന്നോണമല്ലൊ.

ഈണത്തിൽ പാടുന്നു,
നൃത്തം തുള്ളുന്നു,
പൂക്കളും മഞ്ഞപ്പൂങ്കിളിയും

മാവേലിയെത്തുന്നു.
പുഞ്ചിരി ചൊരിയുന്നു.
കുഞ്ഞുങ്ങൾക്കൊപ്പം കളിച്ചിടുന്നു.

വാല്യക്കാർ മാഞ്ചോട്ടിൽ–
വർത്താനം പറയുന്നു.

പെണ്ണുങ്ങൾ കൈ കൊട്ടിപ്പാടുന്നു.

"മാവേലി നാടുവാണീടും കാലം
മാനുഷരെല്ലാരുമൊന്നുപോലെ
കള്ളവുമില്ല, ചതിയുമില്ലാ–
എള്ളോളമില്ലാ പൊളിവചനം."

ചന്തയ്ക്ക്

ചങ്ങാതിമാരവർ
രണ്ടുപേരും
അന്തിക്കു ചന്തയ്ക്കു യാത്രയായി

"ഒന്നിച്ചെടുക്കുവാൻ
ചാക്കൊന്നു വേണ്ടേ"–
ഒന്നാമനുച്ചത്തിലോതിയത്രേ

"ചാക്കല്ല,
വേണ്ടതു കുട്ടയല്ലേ"
രണ്ടാമനിത്തിരി ശങ്കയായി,

പണ്ടേ മടിയന്മാർ
രണ്ടുപേരും
ഒത്തിരിനേരം ചിന്തപൂണ്ടു

ചിന്തിച്ചിരുന്നപ്പോൾ
അന്തി കറുത്തു
പിന്നേയുമന്യോന്യം നോക്കിനിന്നു

ഒന്നാമനൊട്ടും

വൈകാതെ പിന്നെ
നല്ലൊരു ചൂട്ടിനു തീപകർന്നു

മെല്ലെ ചിരിച്ചു
രണ്ടാമനോതി:
“ഇന്നിനി ചന്തയിൽ പോകവേണ്ട!”

പൂങ്കോഴി

കൊക്കരെയെന്ന്
വിളിച്ചുകൂവും
പൂങ്കോഴി, യാളുപിഴവാണേ!

മൂടിപ്പുതച്ച്
കിടന്നുറങ്ങും
നേരത്ത് നീട്ടിവിളിക്കയാണ്,
ചുറ്റിലും നോക്കിവിളിക്കയാണ്,
കൊക്കരെ കൊക്കരെ കൊക്കരക്കൊ!

തോണി

അക്കരെയിക്കരെ
ഒഴുകിക്കഴിയും
തോണീ നിന്നുടെ കനവേത്?

അക്കരെയിക്കരെ
ആളെയിറക്കി
കാലം കഴിയുകയെൻ സ്വപ്നം!

കടലിന്നപ്പുറ–
മൊരു ലോകം
നിന്നെ വിളിക്കുന്നില്ലെന്നോ?

കടലിന്നപ്പുറമൊന്നല്ല–
ഒരുപടി ലോകം കണ്ടവരെല്ലാം
എന്നും കദനക്കഥപറയും
കേൾവിക്കാരൻ ഞാനല്ലോ!

എങ്കിലുമുള്ളിൽ–
ക്കൊതിയില്ലേ,
കള്ളം പറയരുതെന്നോട്;
കടവിൽക്കയറിയുറങ്ങീടാൻ?

കടവിൽക്കയറി-
യുറങ്ങാനൊട്ടും
കൊതിയേയില്ല-
യെനിക്കെന്നാൽ.

അക്കരെയിക്കരെ
ഒഴുകുന്നേരം
അക്കരെയെത്താൻ
ഒത്തിരിയുണ്ട് കൊതിയുള്ളിൽ.

നിന്നോടെന്തിന്
പൊളിവചനം
എന്നുടെയോമൽ പൊൻകുഞ്ഞേ!

ചെമ്പരത്തി

ദൂരത്ത് നിന്നേ
കണ്ടിടും നിന്നെ
ഉയരത്തിൽ മേവും വിടർന്ന പൂവേ.

അരികത്തു നിന്നാൽ
മതിവരില്ല
നിന്നെ പിരിയുവാൻ തോന്നുകില്ല.

മയക്കി നിർത്തും
മണമേതുമില്ലാ
മനസിനെത്തഴുകും ലാളിത്യമുണ്ട്.

ചെറുകാറ്റിലാടും
നൃത്തം ചവിട്ടും
ഓമനയാണിവൾ ചെമ്പരത്തി.

തുള്ളിച്ചാടിക്കളിയായി

വൈകുന്നേരം
കൂടണയാൻ
പക്ഷിക്കൂട്ടം വരവായി
കൂട്ടിനുള്ളിൽ കുഞ്ഞുങ്ങൾ
തുള്ളിച്ചാടിക്കളിയായി.

ആൽ

അമ്പലമുറ്റത്താലുണ്ട്
ആലിന് ചുറ്റും തറയുണ്ട്
കലപില ചൊല്ലും കിളിയെല്ലാം
ആലിൽ ചേക്കയിരിപ്പാണ്
ആളുകൾ കൂടിയിരിക്കുന്നു
ആലിൻ കീഴിൽ വെടിപറയാൻ
ചൂളം കുത്തി മലക്കുത്തം,
ആലിൻ ചോട്ടിൽ കുഞ്ഞുങ്ങൾ.

കാറ്റ്

വീടിന്നകത്ത്
തവളകരഞ്ഞു
പെരുമഴ പെരുമഴ വരവായി

മാനത്ത്–
കാർമേഘമൊപ്പം ചൊല്ലി
പെരുമഴ പെരുമഴ വരവായി

തെക്കുന്നു–
വന്നൊരു കാറ്റുചൊല്ലി
ഇന്നില്ല, മഴയെന്നാൽ നാളെയാവാം!

വട്ടം

അമ്പിളിവട്ടം
പപ്പടവട്ടം
ഇത്തിരിവട്ടം
ചൂരൽവട്ടം
വട്ടംചുറ്റിനടന്നിട്ടൊടുവിൽ
വട്ടപ്പൂജ്യം മാർക്കുണ്ട്.

കപ്പൽ

കപ്പിത്താനേ,
കപ്പിത്താനേ
കപ്പലുകരയിൽ കയറ്റാമോ
ഞങ്ങളെയൊപ്പം കൂട്ടാമോ
വട്ടം ചുറ്റിയടിക്കാമോ?

കുഞ്ഞേ കപ്പൽ വലുതാണേ
കരയിൽ കയറ്റാൻ പണിയാണേ
പിന്നിൽ വന്നൊരു തള്ളുതരൂ
കപ്പലു കരയിൽ കയറട്ടെ!

പട്ടം

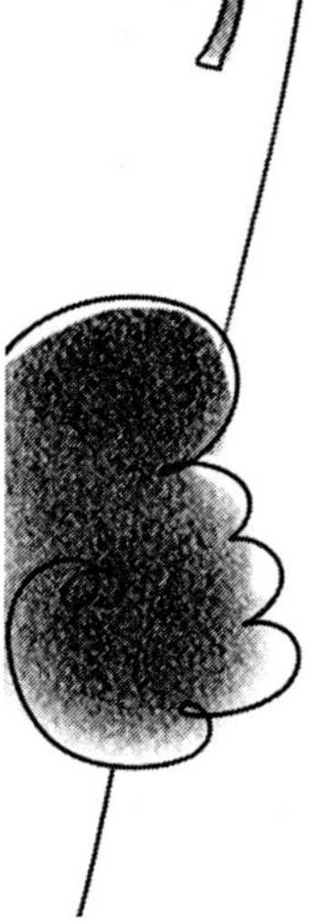

ആകാശമുറ്റത്തെ
നീലിമയിൽ,
ആടകൾ ചുറ്റിയും
കൊച്ചു തൂവാല വീശിയും
ഓടിക്കളിക്കുന്ന പിഞ്ചുകുഞ്ഞേ

താഴേക്ക് നീളുന്ന
വെള്ളനൂൽ പൊട്ടി,
കാറ്റിലുലഞ്ഞു നീ വീഴരുതേ,
താഴേക്ക് താഴേക്ക് വീഴരുതേ!

കാവൽ

മൈനക്കുഞ്ഞേ, വന്നോളൂ,
നെല്ലുകൊറിക്കാൻ വന്നോളൂ

ധൈര്യത്തോടെ വന്നോളൂ
കൊയ്തുകഴിഞ്ഞ പാടത്ത്

പൂവൻകോഴീ വന്നോളൂ
നെല്ല് കൊറിക്കാൻ വന്നോളൂ

കാണരുതമ്മ പറഞ്ഞേക്കാം
മുറ്റത്തെത്തി കതിരെല്ലാം

അണ്ണാർക്കണ്ണാ വന്നോളൂ
നെല്ല് കൊറിക്കാൻ വന്നോളൂ

മെല്ലെയൊതുങ്ങി വന്നോളൂ
പുഴുങ്ങിനിരത്തി നെല്ലെല്ലാം

പുത്തൻ നെൽമണി തിന്നോളൂ,
കൊത്തിക്കൊത്തി തിന്നോളൂ,

വയറുനിറച്ചും തിന്നോളൂ,
കാവൽ നിൽക്കാം ഞാനിവിടെ!

അക്ഷരപ്പാട്ടുകൾ

അ–ആ

അമ്പലമുറ്റത്ത് ആനയുണ്ട്
ആനയ്ക്ക് ചുറ്റും ആളുമുണ്ട്
ഇത്തിരി ദൂരെ നടന്നോളൂ
ആനക്കരിശം വന്നാലോ!

ഇ–ഈ

ഇത്തിരിനേരം ഈറൻകാറ്റിൽ
അക്കരെ നോക്കിയിരുന്നീടാം
അന്തികറുക്കും നേരത്ത്
കാഴ്ചകൾ കാണാനെന്തുരസം!

ഉ–ഊ

ഉരലറിയാത്തോരുറികാണാത്തോരേറെ
കഥയറിയില്ലെന്നാലും
ഊറ്റം പറയാനാളേറെ

ഋ

എഴുതാനിത്തിരി കളിയുണ്ട്.
എങ്കിലുമെഴുതാം ഋ–ഋ

ഋഷിയെന്നെഴുതാം ഒന്നാംവാക്ക്,
ഋതുവെന്നാവാം പിന്നീട്.

എ-ഏ

എലികയറ്റം ഏഴിലം പാലയിൽ
എലിയുറക്കം ഏഴിലംപാലയിൽ
താഴെയൊരു - പൂച്ച കാവലുണ്ട്!

ഐ

ഐരാവതമൊരു വാഹനമാണ്.
ആരുടെയാരുടെ പറയാമോ?
ഉത്തരമെഴുതി ശരിയെന്നാൽ
നൽകാം, ഐസ്ക്രീം വയർനിറയെ

ഒ-ഓ

ഒന്നാനാം കൊമ്പത്ത് ഓമന പൈങ്കിളി
ഈണത്തിൽ പാടിയിരിക്കുന്നു
താഴത്ത് പൈങ്കിളി
പാട്ടുകൾ കേട്ടു ഞാൻ
ഒറ്റയ്ക്ക് മൂളിയിരിക്കുന്നു

ഔ

ക്ഷീണംപിടിച്ചു കിടപ്പല്ലോ
ഓമന നാലഞ്ചുനാളായി
വൈദ്യരുവന്നെത്തി ഔഷധമേകി
ഓമന മെല്ലെ കൺതുറന്നു.
ക്ഷീണമകന്നു - എഴുന്നേറ്റു.
ഓമന മെല്ലെ കളിയായി.

അക്ഷരം

കനത്തയിരുളിൻ
മറ നീക്കാൻ
ഒരു ചെറു വെട്ടം തുണയാവും.

കടുത്തപോരിൻ
വാൾത്തല താഴ്ത്താൻ
ഒരു വാക്കിൻ സ്പർശം മതിയാവും.

അറിവിന്നത്ഭുത
ലോകത്തെത്താൻ
അക്ഷരമെന്നത് ശീലിക്കേണം!

കുഞ്ഞിക്കിടാവ്

മുട്ടിയുരുമ്മി കളിക്കുന്നു
തുള്ളിക്കുണുങ്ങി കളിക്കുന്നു
വീടിന് മുന്നിലായി കുഞ്ഞിക്കിടാവ്

ഓടിയകലുമ്പോൾ
ദൂരത്തേക്ക് നോക്കിയും
ചാരത്തണയുമ്പോൾ
നക്കിത്തുവർത്തിയും
തള്ളപ്പശുവിൻ ലാളനകൾ!

ഭൂമി മുഴുക്കെയും
തന്റേതു മാത്രമായി
കുഞ്ഞിക്കിടാവ് കളിക്കുന്നു
അമ്മയെ ചുറ്റിക്കളിക്കുന്നു
ഭൂമിയെ സ്വർഗീയമാക്കുന്നു!

മിനുക്കം

പൗഡറിത്തിരി തേച്ചീടാം
മുഖമാകെ മിനുക്കിടാം
ഭംഗിയായി കോതിയൊതുക്കിടാം

പാറിയ മുടിയിഴകളൊക്കെയും
വിയർപ്പുനാറ്റമകറ്റിടാ–
നിത്തിരി അത്തർ തന്നെയായിടാം
വാക്കുകൾ മിനുക്കാനെന്നാൽ
വേണം, സ്നേഹവും സാഹോദര്യവും!

കാരണം

കാലവും വേണ്ട, തെല്ലും
കാരണവും വേണ്ടതില്ല
നേർക്കുനേർ കലഹിക്കുവാൻ!

ഇത്തിരിനേരമന്യോന്യം
ഒത്തുപോകാനെന്നാൽ
വേണം, ഒത്തിരി ശ്രദ്ധയും
ഉള്ളിൽ നിറയും ക്ഷമയും സ്നേഹവും!

മെഴുകുതിരി

കറണ്ടു-
പോയാൽ;
ചിമ്മിണി
തീർന്നാൽ;
ശരണം
ശരണം
മെഴുകുതിരി.

കാറ്റിലുലയും
നൃത്തം വെയ്ക്കും
ഇരുളിനെ
ചുറ്റും കാവലിരുത്തും
കത്തും മെഴുകുതിരി
കാണാനെന്തു രസം!

കാഴ്ചയും കാര്യവും

നേരം കളയരു-
തൊട്ടുമേ നമ്മൾ
ചൊല്ലിപ്പഠിക്കണം
പിന്നെയും പിന്നെയും

നേരം കളയരു-
തൊട്ടുമേ നമ്മൾ
കണ്ടറിഞ്ഞീടണം
കാഴ്ചകളൊക്കെയും

ബാക്കിയാക്കരുത്
സംശയമൊന്നുമേ
കൈയോടെയെല്ലാം
ചോദിച്ചറിയണം

കളിക്കണം, കഥ
പറഞ്ഞിരിക്കണം
എങ്കിലോ, വഴിവിട്ട്
നടക്കരുതെങ്ങുമേ

ഗൗരവമാവാ-
മിത്തിരിയെന്നാകിലും
സൗഹൃദം കൂടാൻ
പാടില്ല മടിയൊട്ടുമേ

പൊങ്ങച്ചഭാവം
തെല്ലുമേ വേണ്ട
വിനയമെന്നതു-
ള്ളിൽ നിന്നുണരണം

നേരം കളയരു-
തൊട്ടുമേ നമ്മൾ
കാലവും നേരവും
തിരിച്ചറിഞ്ഞീടണം

നേരം കളയരു-
തൊട്ടുമേ നമ്മൾ
കാര്യവും കാഴ്ചയും
വേർതിരിച്ചറിയണം!

കുറുനരി

കാട്ടിലും നാട്ടിലു-
മെല്ലാരുമോതി
ഏറെ മിടുക്കൻ
കുറുനരിക്കുട്ടൻ
ചതിയൻ കുടുക്കാ-
നതിസമർഥൻ

കുശലം ചൊല്ലും
കഥപറയും
കാട്ടുരാജാവിനെ
കൈയിലെടുക്കും
കോഴിയെ തിന്നും
മൂരിയെ തിന്നും
ആനയെപ്പോലും
തോൽപ്പിച്ചുകളയും

കഥകൾ പലവിധ-

മോതി നിങ്ങൾ
എവിടെയുമെന്നെ
ഒറ്റയാനാക്കി

എന്നും പരാജയം
രുചിച്ചവൻ ഞാൻ
എന്നും ശകാരങ്ങൾ
കേട്ടവൻ ഞാൻ
എന്നും പരിഹാസ്യ-
നെവിടെയും ഞാൻ

കൂട്ടുകാരില്ല
ഓടിക്കളിക്കാൻ.
അക്ഷരം പഠിക്കാൻ
ഗുരുനാഥനില്ല
നാട്ടുവഴികളിൽ
കണ്ടുപോയാൽ
കല്ലെറിഞ്ഞിടും
മനുഷ്യരെന്നെ

കുഞ്ഞിക്കോഴീ,
സുഖമാണല്ലോ
കാണാതൊത്തിരി
നാളായ് നിന്നെ
എന്നെ
കണ്ടില്ലെന്നാകിൽ
നിങ്ങൾക്കെന്നുടെ
വീട്ടിൽ വരാം!!

ദീപം

അന്തിമയങ്ങും നേരത്ത്
അമ്മ തെളിക്കും നറുദീപം
ഓട്ടുവിളക്കിൽ തിരിദീപം

അന്തി കറുത്താൽ കോലായിൽ
തെളിഞ്ഞു തൂങ്ങും പാനീസ്
കാറ്റ് തടുക്കും, തിരി നീട്ടാം
ചിമ്മിണി പകരാം പാനീസിൽ

വീടിന്നക്കരെ കവലയിലാകെ
വൈദ്യുതി ദീപം നിറയുകയായി
രാവിനെപട്ടാപ്പകലാക്കും
പകലോനെത്തും നേരം വരെയും!

പൂമരം

വേരുകളാഴത്തിലാ-
ഴത്തിൽ പിന്നെയും പോവും
പൂക്കാൻ തളിർക്കാൻ
കരുത്തും നിയോഗവും തേടി

ആഴത്തിലേക്കുള്ള
യാത്രകളോരോന്നും
പുത്തനാമറിവിന്റെ
പൂമരമാക്കിടും നിങ്ങളെ!

അക്ഷരദീപം

വിളക്ക് കൊളുത്തുക നമ്മൾ
അറിവിൻ വിളക്ക് കൊളുത്തുക നമ്മൾ
നറുനെയ്യ് പകരുക എന്നും
നറുതിരി നീട്ടുക എന്നും
ഇരുളിൻ ഭാരം നീങ്ങട്ടെ,
സ്നേഹ ജ്വാലകൾ തെളിയട്ടെ!

നേർവഴി മുന്നിൽ കാട്ടീടാൻ
കരുത്തു നേടി മുന്നേറാൻ,
കാറ്റിലുലയാതീ ദീപം
കാക്കാം പകരാം എന്നെന്നും
അക്ഷര ദീപം, അറിവിൻ ദീപം
തെളിവായ്, കനലായ് മാറ്റും ദീപം!

മുത്തശ്ശി

മുത്തശ്ശിയമ്മയ്ക്കടുത്തിരിക്കൂ
പറയുവാനേറെ കഥകളുണ്ട്
മുത്തശ്ശിയമ്മയ്ക്ക് കാതുനൽകൂ
ഒത്തിരി പാട്ടുകൾ കേട്ടിരിക്കാം!

മധുരം വഴിയും കവിതയുണ്ട്
തീരാച്ചിരിയുടെ കഥയുമുണ്ട്
ഓരോ കഥയിലും പാഠമുണ്ട്
തൊട്ടറിഞ്ഞീടിന നേരുണ്ട്

ഓരോ കവിതയ്ക്കും താളമുണ്ട്
ഉള്ളിൽ തുടികൊട്ടും സ്നേഹമുണ്ട്
മുറ്റത്ത് മാവിൻ തണലുമുണ്ട്
ആടിക്കളിക്കാൻ ഊഞ്ഞാലുമുണ്ട്

ഓലയിൽ തീർത്തൊരു പന്തുണ്ട്
നീന്തിക്കളിക്കാൻ കുളവുമുണ്ട്
പൂക്കൾ വിരിയും കുന്നുണ്ട്
മാമന്റെ ചൂരൽ കഷായമുണ്ട്!

മുത്തശ്ശിയമ്മയ്ക്ക് പറഞ്ഞിരിക്കാൻ
ചൊല്ലിയാൽ തീരാത്ത കഥയുണ്ട്
മുത്തശ്ശിയമ്മയ്ക്ക് പാടീടുവാൻ
ഈണം മുറിയാത്ത കവിതയുണ്ട്

മുത്തശ്ശിയമ്മയ്ക്കടുത്തിരിക്കൂ
ഓരോ കഥയും കേട്ടിരിക്കാം!
മുത്തശ്ശിയമ്മയ്ക്ക് കാതുനൽകാം
തലയാട്ടി പാട്ടുകൾ കേട്ടിരിക്കാം!

വാക്ക്

ഓർക്കണം-
വലിച്ചെറിയുന്ന നേരം;
കഴിയില്ല,
വാക്കിനെ തിരിച്ചെടുക്കാൻ!

ഹൃദയമധുരം

വാക്കിലെ മധുരം
വാക്കിലൊതുക്കരുത്
കാഴ്ചകളൊന്നും
പൊയ്ക്കാഴ്ചകളാവരുത്
കൈകൾ ചേർത്ത് പിടിക്കു
ന്നേരം
ഹൃദയം നിറഞ്ഞ് തുളു
മ്പേണം!

വീതം, ദാനം

വീതിച്ചെടുക്കുമ്പോ-
ഴൊരുവീതമെടുക്കുക
വീതമേ കിട്ടാത്തോർക്കായി
മറ്റൊരു വീതം നൽകാൻ-
പാകമാവുക, പിന്നെയും!

കാലവും നേരവും

പകലന്തിയോളമുറങ്ങിയാൽ
രാത്രി നീ, പിന്നെയെന്തുചെയ്യും?
നേരവും കാലവും തെറ്റി,
ചെയ്യുന്നതെല്ലാം പിന്നെ
അറിയുക, നിഷ്ഫലം, നിരർഥകം!

ഞാൻ

ഞാനൊരുവൻ
കേമനെന്നോതുവാൻ
വെറുതെ, കളയേണ്ടതില്ല, നേരം,
കേൾക്കുവാനാർക്കും, തെല്ലും-
മനസില്ലെന്നറിയുക, നന്ന്!

വീട്

ഏറെ ചെറിയതാണെന്റെ വീട്
ഏറെ പഴയതാണെന്റെ വീട്
ചെറുവീടിനെ സ്വർഗമാക്കും
കാഴ്ചകൾ കാണ്മിൻ കൂട്ടുകാരെ

ഒരു ഭാഗമാകെയും മലയാണ്
മറുഭാഗമാകെയും വയലാണ്
മുറ്റത്ത് കാണും കിണറ്റിലെന്നും
തെളിനീരുറവ നിറഞ്ഞു നിൽക്കും

വയൽ കടന്നെത്തും കാറ്റിലാകെ
പുത്തൻ കതിരിന്റെ മണമാണ്
വീടിന് ചുറ്റിലും കാവൽ നിൽക്കും
മാവും പിലാവും തണൽ വിരിക്കും
പൂവുകൾ കായകൾ, പൂമ്പാറ്റകൾ
ഒപ്പമായി പച്ചക്കിളികൾ വേറെ

ഏറെ ചെറിയതാണെന്റെ വീട്
ഏറെ പഴയതാണെന്റെ വീട്
ഈ ചെറുവീടിനെ സ്വർഗമാക്കും
കാഴ്ചകൾ കണ്ടുവോ കൂട്ടുകാരെ

ഓർക്കുക

തണലത്തിരിക്കുന്ന നേരത്തു നമ്മൾ
വെയിലിൽ വിയർക്കും മനുഷ്യരെ
യോർക്കുക

ആകെയും പുതച്ചുറങ്ങുന്നനേരത്ത്
തെരുവിൽ വിറയ്ക്കും ജീവിതമോർക്കുക

വയറു നിറച്ചുമുണ്ണുന്ന നേരത്ത്
പട്ടിണിക്കാരെ മനസിലോർക്കുക

ആകാശവിസ്മരം കണ്ണിൽ നിറയവെ
ചവിട്ടിടും മണ്ണിനെ മറക്കാതിരിക്കുക

ആഘോഷവേളയിലെന്നുമോർക്കുക
ദുരിതക്കയത്തിലെയിത്തിരി
മനുഷ്യരെ!